MAADUI KUMI (10) WA MWANAMKE

NA JINSI YA KUWADHIBITI ILI AFANIKIWE KWA HARAKA.

Kitabu hiki kimeandikwa na **Petrida E.Karch** kikiwa ni cha pili katika mfululizo wa**"Mwanamke na mafanikio"**.

ISBN 978-3-9820545-2-0

1.UTANGULIZI

Mwanamke ni mtu muhimu sana katika dunia ya sasa,ni mtu aliyepewa kujumu kubwa sana pale inapohusu familia,jamii na hata mafanikio yake na familia kwa ujumla. Tumia nafasi hii kubwa na usikubali kufa kabla hujamaliza kusudi lako lililokuleta hapa duniani. Tambua umuhimu wako na vitu muhimu vilivyomo ndani yako na vifanyie kazi kuanzia sasa. **"Usikubali kufa kabla ya siku yako kufika,tafuta mafanikio yapo yanakusubili hayaji yenyewe bila wewe mwenyewe kuyatafuta"**. Kataa kuwa kundi la wanawake waliokata tamaa na wanaoona mafanikio ni ya watu wengine tu. Wajue maadui 10 wanaozuia mafanikio yako na jinsi ya kuwashinda maadui hawa ili uweze fanikiwa zaidi.Tambua thamani yako,nguvu zilizojificha ndani yako na maadui kumi unaotakiwa kuwashinda ili uweze fika mbali zaidi. Inawezekana unapitia kipindi kigumu sana kwa sasa iwe kimahusiano,kifedha au hata kihistoria huko nyuma na kukufanya ukate tamaa kabisa na kuona huwezi kabisa nyanyuka tena,huwezi tena tengeneza

kesho yako nzuri, au hata kuona ni bora ufe kwani huoni thamani yako tena hapa duniani.Kwa msaada wa kitabu hiki utaweza pona majeraha yote uliyonayo na kusimama tena ukiwa bora zaidi kama mwanamke wa shoka.Unayo nafasi ya kufanikiwa kama wanawake wengine waliofanikiwa kabla iwapo utaweza wajua **"maadui hawa kumi(10)"** na jinsi ya kuwashinda ili nawe uwe miongoni mwa wanawake wenye mafanikio hapa duniani.

Pale utapomaliza kitabu hiki na kuwashinda maadui wote 10 uliojifunza ndani ya kitabu hiki, maisha yako yatabadilika na kuwa mepesi kuliko zamani na yenye mafanikio makubwa sana kwa muda mfupi.

Kila la heri na mafanikio mema.

Petrida E.Karch

2. USHUKRANI

Namshukuru mungu kwa kuniwezesha maliza kitabu hiki kama moja ya zawadi kubwa sana kwa wanawake wote wanaopitia wakati mgumu, waliokata tamaa au wale wote wenye uhitaji wa kubadilisha maisha yao. Shukrani zangu za dhati zimwendee mama yangu **mpendwa Ernestina Nkana** kama mwanamke wangu wa shoka aliyeweza simama imara ili tu kutuandalia maisha bora wanae wote. Bila kusahau mume wangu mpendwa **Dieter** na wanangu **Riccardo, Fabio na Isabel** kwa kuwa watu muhimu sana katika maisha yangu na hata furaha yangu ya kila iitwayo leo,nawapenda sana na najivunia kuwa nanyi nyote.

Ahsanteni sana na hongereni sana kwa kuweza tumia muda wenu kusoma kitabu hiki naamini kitawasaidia sana na kuweza badilisha maisha yenu kuanzia sasa.

Kila la heri.

YALIYOMO

1. KUTOJIAMINI

Katika moja ya silaha ambayo mwanadamu au mtu yeyote anayetaka fanikiwa au fika mbali na pale alipo ni silaha ya "**kujiamini**". Silaha hii ina nguvu kubwa sana katika safari yako ya mafanikio,ili ufike mbali ni lazima uitumie silaha hii. Hata watu milioni moja wasipokuamini ila wewe mmoja ukajiamini utaweza fanikiwa na wale wasiokuamini watabaki kukushangilia na kushangaa umewezaje mpaka kufikia kufanikiwa. Ila watu haohao milioni moja wakikuamini ila wewe binafsi usipojiamini basi hutafanikiwa na utaishia kufeli na kubaki palepale.

Kuanzia sasa jitahidi sana kujiamini na kuona kuwa unao uwezo na nguvu za ziada ndani yako kama mwanamke na ukitumia nguvu hizi zitakufikisha mbali zaidi.

- **Nguvu ya ushawishi**

Wanawake tumepewa nguvu hii ndani yetu ambayo kama mtu huijui unaweza ishi tu bila kuitumia na kubaki shangaa wenzio wanafika mbali zaidi. Ngoja nikupe siri mojawapo ambayo kuanzia leo unatakiwa uitumia **"Siri ya kujiamini na kutumia nguvu ya ushawishi** "Nakumbuka wakati naanza kazi ya uandishi wa vitabu, ilikuwa ngumu sana mume wangu kukubali na aliona kuwa nitatumia muda mwingi sana kuandika na uenda sitaweza uza vitabu kwa soko la ndani na nje. Ilikuwa kazi sana kumshawishi ila sikukata tamaa na pindi nilipokumbuka kuwa kama mwanamke ninayo nguvu ya **"ushawishi ndani yangu",** nguvu ya kipekee ndani yangu ambayo natakiwa niitumia. Sikutaka lengo langu, wazo langu au kitu nikipendacho kipotee au nisiishi ndani ya lengo langu au kusudio langu kuu lililonileta hapa duniani. Nilijiambia mwenyewe kuwa najua ninao uwezo, najua ninayo nia na najua ninayo shauku na haki ya kufanya hiki na najua nitafanikiwa na nitauza vitabu vingi kwa soko la ndani na nje,sipo tayari kufa kabla sijakamilisha kusudio langu lililonileta hapa duniani, ni lazima nitimize lengo langu na ni lazima nitumie nguvu hii tuliyonayo wanawake ya ushawishi kushawishi hoja yangu ili ikubalike.

Nakumbuka ilikuwa jioni watoto walikuwa wameshalala,nilimwambia mume wangu kuwa "**Mume wangu,najua kuwa unahisi sitapata muda mwingi na watoto kisa nitakuwa bize na kazi za uandishi, sitapata muda na chuo kisa nitakuwa bize na uandishi, sitapata muda mwingi na familia kisa nitakuwa bize na uandishi au hata sitapata muda wa kusafiri likizo na watoto kisa nitakuwa bize na uandishi**" Kazi yangu ya uandishi haitabadilisha chochote, nitafanya majumu vizuri kama zamani na nitakuwa na muda na familia kama zamani, niamini hilo nachohitaji tu kufanya kile kitu ambacho nakipenda toka moyoni,napenda saidia wanawake wanaopitia wakati mgumu au wanaohitaji ushauri zaidi kwenye changamoto za kimaisha wanazopitia, najua nitaweza wafikia na kuwasaidia kupitia kazi zangu za uandishi, na si wanawake tu hata watalii wanaopenda kujifunza lugha za kigeni pia. Aliniangalia na kuniambia kuwa kama ndicho kitu upendacho, nami nimekushauri sana umekataa na kuona kuwa utafanikiwa nacho, basi sina budi kukubali pia,ila nakupa miaka miwili walau nione kama kweli kitafanikiwa. Katika mwaka mmoja niliweza kuandika vitabu vinne vya lugha (Kijerumani - Kiswahili) na vimekuwa vikiuzika sana kwa soko la uku nje na ndipo nilipozidi mwaminisha mume wangu kuwa kweli naweza fanya na nikafanikiwa zaidi na zaidi. Funzo hapa ni nini " **Nilitumia nguvu ya ushawishi kufanikisha lengo langu au kupitisha lengo langu hata pale lilipokataliwa mwanzo".**

Hata wewe popote pale ulipo jitahidi sana kutumia nguvu hii ya kipekee iliyomo ndani yako,si kwa watu wako wa karibu tu hata ndani na nje ya jamii unayoishi. Kataa hali ya kutojiamini na kuona kuwa yupo mtu mwingine wa kukuamulia kila kitu.Inapokuja juu ya maisha yako, unayo haki kwa asilimia 100% kuamua ili yawe bora zaidi. Maisha yako yatapoharibika utayeumia ni wewe na si mtu mwingine, watu wataishia kukupa pole, kukucheka au kukusikitikia ila haitabadilisha chochote. **"Anza wewe binafsi kujiamini na wengine watafuata"**.

Jinsi ya kumshinda adui huyu

Jikubali na jiamini kuwa unayo nafasi na uwezo wa kufanya mambo makubwa zaidi, hata pale unapopitia changamoto za kimaisha tambua kuwa ni za muda mfupi tu,zitakwisha na utasimama tena. Usikubali mtu mwingine aue ndoto yako au lengo lako kuu,usiamini maamuzi ya mtu mwingine juu yako bila kuwa na sababu maalumu na wewe kurithika nayo. Kumbuka haya ni maisha yako na wewe ndiye kiongozi kila pale yanapokuja maamuzi makuu juu yako.Vilevile kumbuka kuwa "si kila mtu ataamini wazo lako mwanzo, wapo wataolipinga na kulikataa,ila wewe pekee ndiye mwenye kulipitisha na kulifanya ling'ae zaidi na kukubalika na wengine.

ZOEZI LA KUFANYA

1. Je, ni eneo lipi ulikuwa hujiamini na kuanzia sasa utalifanyia kazi?
2. Je, ni sababu zipi zilikuwa zinakufanya usijiamini?

   (a)....................

   (b)....................

3. Je, upo tayari kujiamini kuanzia sasa?

   (a) Ndiyo

   (b) Hapana

2. KUWA TEGEMEZI

Wanawake wengi wamekuwa na ile hali ya utegemezi pale inapokuja juu ya maisha yao.Wapo wengine hadi sasa wanaona kuwa waume zao au wachumba wao wanalo jukumu la kuwahudumia kila kitu na hata kuwafikilia juu ya maisha yao yote.Ni sawa mwanaume anaweza kusaidia kila kitu lakini mwanamke unapaswa nawe ujipange na ujue kuwa unao wajibu wa kuyafanikisha maisha yako pia. Unao wajibu wa kufanya maisha yako kuwa mazuri au mabaya iwapo utachagua wewe mwenyewe.Wajibika na maisha yako kwa asilimia 100% siku zote, maisha yako ni wajibu wako na si wa mtu mwingine.

Usipende jiaminisha kuwa maisha yako ni wajibu wa mtu fulani au watu fulani, kila mmoja anawajibu na maisha yake kwa asilimia zote.Watu wasiojua wajibu wao ni wale wanaoishi kwa kulaumu wengine juu ya maisha yao mfano ameacha nisaidia wakati anapesa, ameacha nifanyia hiki wakati ana pesa, hapana kaa chini angalia nini unatakiwa rekebisha kwako ili nawe uweze simama kufikia pale alipo uyo unayemtegemea. Hakuna kishindikanacho iwapo utaweka malengo na nia ya kuyafanyia kazi.Uyo unayemlaumu kuwa hakusaidii au ameacha kusaidia naye anaishi na vipaumbele na bajeti kulingana na vile anavyotaka fanya na si wewe unavyotaka fanyiwa ndio maana muda mwingine inakuwa ngumu kukupa msaada wa haraka au muda wote unaohitaji kwa sababu havipo katika vipaumbele vyake.Hawa ni watu wataoweza fika mbali kwa sababu wanaheshimu vipaumbele vyao na wanatambua kuwa maisha yao ni wajibu wao kuyafanya kuwa mazuri au mabaya. Napenda mfumo wa Ulaya mzazi unatakiwa wajibika na maisha ya mwanao au wanao kuanzia wadogo mpaka miaka 18 ndipo anapotakiwa aanze jitegemea mwenyewe atahama kwa wazazi wake na kuanza maisha yake mwenyewe na hata kuweza jikimu kifedha mwenyewe. Huu ni mfumo mzuri unamwezesha mtoto au watoto kujua majukumu yao kuwa ni wajibu wao na si wa mtu mwingine na hata umsaidia mtoto aweze pambana na changamoto mbalimbali za maisha zitazomkuza na kumfanya awe imara zaidi.Anza kuwekeza kuanzia sasa, tunza akiba yako na wanao kuanzia sasa kipindi bado upo hai.Unaweza wekeza hata kiasi kidogo kila mwezi kama akiba yako na baada ya miaka kadhaa unakuwa na kikubwa ambacho kitakusaidia wewe au wanao pindi haupo duniani. Usiwe mtu wa kutumbua maisha na pesa zako afu ukifa ukategemea ndugu watakulelea wanao kama ulivyokuwa ukiwalea mwanzo.Nishaona watoto wengi wanateseka sana pindi wazazi wao hawapo duniani, labda walikuwa wanasoma shule nzuri, maisha mazuri wazazi wakifa tu, ndugu wanakosa pesa za kuendeleza mfumo wa maisha waliokuwa wakipewa na wazazi wao pindi wapo duniani.

Inawezekana hukuwa na akiba ya wanao ya kesho ndiyo maana inakuwa ngumu ndugu

Kuendelea patia watoto mahitaji muhimu yote pindi wewe mzazi unapokuwa haupo tena duniani.Kwa Hiyo kuanzia sasa,jiamini kuwa unaweza simama wewe kama wewe, unaweza fanya vitu ambavyo vinaweza kuingizia pesa hata kama umeolewa au upo na mchumba au rafiki anayekusaidia.Jifunze kujituma na kutafuta chako hata kama ni kidogo, hata kama ni biashara ndogo amini kuwa itakuwa na itafanikiwa na itakuwa zaidi na utaongeza zingine zaidi.Maisha ya sasa mwanamke lazima ujipange,usijiaminishe kuwa mwanaume atakufanyia kila kitu,nimeshaona mifano mingi sana wanawake wengi wamekuwa tegemezi kwa waume zao,na siku walipoachika waliondoka wao kama wao hawakutoka na kitu na kuanza maisha upya.

Hapa unaweza jutia ule muda uliopoteza ungewaza mbali zaidi kwenye kujiwekea akiba zaidi, kutengeneza kesho yako zaidi na usingekuwa tegemezi kwa asilimia 100 leo hii hata kama umeachika tayari ungekuwa na kitu cha kuendelea nacho maisha mapya,uenda ungekuwa tayari kupambana na maisha mapya na si kuanza na moja.Mapenzi ni kama upofu, unaweza ambiwa maneno mazuri, ahadi nzuri nawe ukajiaminisha kwa kutojishughulisha na kuacha kila kitu ufanyiwe, siku maisha yakibadilika unajikuta unaanza pata shida, unaanza angaika na kuwapa watoto shida zaidi.Jitahidi sana kuanzia sasa wekeza maisha yako na wanao, tengeneza kesho yako na wanao vizuri,panga kesho yako na wanao mapema kabla hujachelewa na kuishia jutia ule muda ambao bado ulikuwa na uwezo, muda mwingi na nguvu nyingi za kujituma.

Jinsi ya kumshinda adui huyu

Tambua kuwa unaweza simama wewe kama wewe, tambua kuwa unayo nafasi ya kuwekeza, unayo nafasi ya kusimama wewe kama wewe na kufanikiwa zaidi.Anza na kidogo ulichonacho usisubili hadi kikubwa ndo uanze nacho kwani hutapata kikubwa hadi uanze na hicho kidogokwanza. Vilevile dunia tunapita hatujui lini tunamaliza muda wa kuishi hapa duniani ndiyo maana unatakiwa ujipange mapema, anza kujishughulisha hata vibiashara vidogo vitakuingizia pesa hata ikitokea umeachwa,au mwenza wako hayupo tena basi unaweza simama wewe kama wewe na kutunza familia yako kama zamani mkiwa wote pamoja.

3. MATUMIZI MABAYA YA FEDHA

Katika vitu ambavyo vinarudisha nyuma sana mafanikio ya wanawake wengi kwa sasa ni matumizi mabaya ya fedha.Jitahidi sana matumizi yako yasizidi pato lako au kipato chako kwani utakuwa ni mtu wa kuishi nje ya bajeti yako na mtu wa madeni kila iitwayo leo.Jitahidi sana kupanga bajeti yako ya kila mwezi kabla mwezi haujaanza ili utapoanza mwezi isiishi au usifanye manunuzi ya vitu ambavyo vipo nje ya bajeti yako. Vilevile Jitahidi sana yale matumizi ya lazima yawekwe mbele zaidi kama kodi ya nyumba, ada ya watoto, chakula na huduma za kiafya. Vilevile matumizi ya hiyari (wants) yasizidi zaidi ya 30% au ikiwezekana yawe chini zaidi ili walau uweze pata pesa ya kuwekeza zaidi.

Unaweza jiuliza sasa mimi mfano sifanyi kazi, nawezaje tunza pesa na kutoishi nje ya pato langu? Tumia hii sheria ya:

"Pay yourself first"

(Jilipe wewe kwanza)

Sheria hii mimi binafsi imenisaidia sana na naendelea itumia kila iitwayo leo, hii ni sheria nzuri mno kwa kila mwanamke iwe ameajiliwa, amejiajiri au mama wa nyumbani ambaye hana kazi anaweza itumia.Jilipe wewe kwanza, hii ipo hivi, unapopata pesa yako ya mwezi au kwa wewe mfanya biashara ile faida yako uliyopata , tenga kiasi Fulani hata 10% au zaidi kila mwezi na iweke hii kama akiba yako.Usiiguse kabisa hii ndiyo akiba yako. Kila mwezi pesa yako ya mshahara inapoingia, tayari unakuwa na budget yako ya mwezi na hii "**pay yourself first** " ikiwa ndani ya bajeti yako. Ili tu usiweze isahau katika bajeti yako ya mwezi, tenga hii pesa kwa muda wa mwaka, au miaka Fulani inategemea na lengo gani kuu ulilonalo juu ya iyo pesa. Kama ni kwa ajili ya watoto wako hapo baadae au unalengo la kununua kitu Fulani ambacho kitakuwa kama **"investment yako"** ya baadaye itayokuwa inaendelea kuzalisha pesa zaidi kwa muda mrefu.Jifunze kufanya hivi na utaona kila mwezi utakuwa na pesa ya akiba ambayo itakusaidia kama si wewe basi mwanao, wanao au uzao wako.

- **Kwa mama wa nyumbani**

Wanawake wasio na kazi au ajira,kila siku mumeo anakuachia pesa ya mahitaji ya hapo nyumbani si ndio? Kama ni mtumizi mzuri na si mtu wa matumizi makubwa au mtu wa kutumie pesa yako inayobaki kwa vipodozi na fashion basi hata wewe unaweza tunza na kuweka akiba pia kama wanawake wengine na utafanikiwa pia.Jilipa kila pesa unayopata toka kwa mumeo ya matumizi ya hapo nyumbani. Unaweza igawa iyo pesa badala ya kununua vitu vya juu zaidi au badala ya kutumia pesa yote kununua mahitaji sokoni unao uwezo wa kutumia plani B ya kulima hata mboga za majani hapo kwako kidogo kama nyanya, mchicha ,spinachi, matembele au hata majani ya maboga.

Siku zingine ukaweka pesa ikaongezea kwenye akiba yako mkala mboga ulizopanda nyumbani au hata ukauza mboga kwa majirani na kupata pesa ukaitumia kama akiba yako pia. Bado wewe mama wa nyumbani unao uwezo hata iyoiyo ela ya akiba kuanza na biashara ambayo hutahitaji mtaji mkubwa kama kupika maandazi, chapati au mama ntilie ukawa unasambaza kwa wateja na mtaji ukazidi panuka nawe ukazidi tunza akiba zaidi kwa maisha yako na wanao baadae.

Ishi kwa bajeti & punguza matumizi yasiyo ya lazima.

Fanya matumizi mazuri ya pesa zako, wanawake tumekuwa tukitumie pesa nyingi sana juu ya fashion, kama vipodozi n.k. Binafsi nilikuwa natumia pesa nyingi mno kwenye fashion na vipodozi, mabegi yenye majina makubwa, makeups zenye majina makubwa, lakini tangu nimejua siri hii ya kuishi kwa matumizi mazuri ya pesa, jinsi ya kutunza pesa na kutumia pesa kidogo kuliko ile inayoingia "**pesa inayotoka isiwe nyingi au isizidi kuliko ile inayoingia**" nimejikuta naweza tunza pesa nyingi, ishi kwa bajeti na hata fanya mambo mengi kwa wakati mfupi na pesa kuwa ikijiendeleza zaidi kwa vitu vya muhimu juu yangu na wanangu. Kama ni mtu wa kununua nunua vitu ovyo kila upitapo madukani,basi punguza kwenda madukani kila mara na kabla hujanunua kitu jiulize maswali haya :

- **Kweli ninaulazima wa kununua hiki kitu?**
- **Je,kitu hiki kipo kwenye bajeti yangu ya mwezi huu ?**

Kama majibu ni "**hapana**" basi huna haja ya kununua achana nacho maramoja.Kwa kufanya hivi utaweza heshimu pesa,tumia pesa kwa uangalifu na kuweza weka akiba nzuri ya kesho yako.Fedha inamzunguka ambao umekuwa ukizunguka toka mtu mmoja hadi mwingine na zaidi ya yote pesa imekuwa ikipita mikononi mwetu zaidi na usipokuwa makini unaweza shangaa inapita tu na haibaki au huna unachobakiza. Kwa hiyo ni lazima ujitahidi sana kuitunza ili inapopita mikononi mwako basi uwe na fedha inayobaki kama akiba na si kutumika yote.

JINSI YA KUKUZA PESA

1. Kuwa na bajeti nzuri isiyozidi pato lako.

2. Fedha inayoingia lazima ibaki kiasi fulani

(akiba) (**Pay yourself first 10-30% au zaidi**) - Kila fedha inayopita mikononi mwaka lazima utoe kiasi Fulani kwa ajili ya kuwekeza. Si kila fedha inayopita mikononi mwaka ni lazima iishe jitahidi ibaki ili uweze wekeza.Jitahidi ibaki ili utengeneze kesho yako bora zaidi.

(a)Matumizi yako ya hiyari yasizidi 30% au kama unaweza punguza ishuke chini zaidi.

Jitahidi sana kudhibiti pesa inayoingia, inayotoka na inayobaki.

Hapa inahusika zaidi na jinsi unavyobajeti matumizi yako ya mwezi, kuanzia sasa usiwe mtu wa kuishi bila bajeti.

Masikini ni watu waishio bila mpangilio maalumu wa pesa zao, wakipata pesa wanatumia tu ndo maana unakuta hata mwezi haujaisha au katikati ya mwezi ela yote imeisha anabaki hana kitu na kuishia kopa kwa watu wengine ili asukumwe siku zilizobaki hadi apo atapomaliza mwezi. Ndiyo maana wanabaki palepale hawasongi mbele maisha yao yote kwa kuwa hawana nidhamu au hawajui namna ya kudhibiti fedha zao na hawataki jifunza elimu yoyote juu ya fedha kwa sababu ya kujifanya wanajua kila kitu.

Jitahidi sana kuwa na bajeti nzuri isiyozidi pato lako ili usiingie madeni na ufanikiwe zaidi.

Bajeti yako ya mwezi inaweza kuwa hivi

a) **50% matumizi ya lazima** (chakula, ada, nauli daradara au mafuta ya gari,umeme,maji, matibabu ,kodi ya nyumba kwa waliopanga) hii ni bajeti ya mwezi.

b) **30% matumizi ya hiyari** (wants) haya ni matumizi ambayo ya hiyari unaweza nunua, punguza au usinunue kabisa ili uweze save zaidi kwa akiba yako. Mfano fashion, makeups, nguo, viatu n.k).Jitahidi sana matumizi ya hiyari (wants yasizidi zaidi ya **30%)**

c) **10-20%** Saving ila unaweza ongeza zaidi ikawa juu zaidi iwapo matumizi ya hiyari yatapunguzwa,kwa hiyo saving inaweza kuwa

(30-35)% kama unataka fanikiwa kwa haraka au muda mfupi zaidi.

Kuwa mwangalifu sana kwani tupo dunia ya matumizi zaidi kuliko uwekezaji, tunatumia pesa nyingi sana kwa matumizi zaidi kuliko kuweka.

Jinsi ya kumshinda adui huyu.

1. Kuwa na bajeti nzuri isiyozidi pato lako.

2. Fedha inayoingia lazima ibaki kiasi au uwe na akiba na si kila fedha inayopita mikononi mwaka ni lazima iishe jitahidi ibaki ili uweze wekeza.Jitahidi ibaki ili utengeneze kesho yako iliyo bora zaidi.

3. Matumizi yako ya hiyari yasizidi 30% au kama unaweza punguza ishuke chini zaidi.Punguza vitu ambavyo unaona havina ulazima sana kununua au unaweza ishi bila kuwa navyo.Ikitokea huwezi kabisa punguza basi jitahidi tafuta vile vya bei ya chini ili usitumie pesa nyingi zaidi kwa matumizi ya hiyari.

ZOEZI LA KUFANYA

1. Je, ni ulikuwa ukiishi bila bajeti ya mwezi?
2. Je, upo tayari kupunguza matumizi yasiyo ya lazima kwako?
3. Je,upo tayari kuanza kuweka juu ya kesho yako nzuri?

4. KUJIDHARAU

Hakuna adui mbaya ambaye anaweza kumaliza au angusha maisha yako au hata hatarisha maisha yako kama adui wa kujidharau. Hii pia ni moja ya udhaifu wa baadhi ya wanawake wengi na wamekuwa wakisumbuliwa na tatizo hili bila kujua jinsi gani linakwamisha mafanikio yao. Hakuna adui mbaya ambaye anaweza kuangamiza kwa nguvu nyingi zaidi kama adui aliyemo ndani yako **"adui wa kujidharau".** Ukitaka fanikiwa na fika mbali zaidi ni lazima umshinde adui huyu, ni lazima umkatae adui huyu, na ni lazima umpige vita kwa nguvu zote adui huyu wa kujidharau aliyemo ndani yako. Iwapo utaweza mshinda adui huyu wakujidharau basi utafika mbali sana na Utafanikiwa kwa haraka zaidi popote pale duniani (nje na ndani ya nchi).Kuna ule msemo unasema

"Wewe ni mwanamke huwezi fanikiwa" na huu msemo umekuwa ukitumiwa na wanawake wengi sana kisa jinsia zao za kike na kuamini kuwa hawawezi fanya mambo makubwa na wala hawawezi fanikiwa kama wanaume au watu wengine waliofanikiwa kabla.

Habari nzuri ni kuwa **"Hata wewe unayo nafasi ya kufanikiwa kama wengine"**. Hata wewe unaweza fanya mambo makubwa na ukatingisha dunia kama wengine waliotangulia kabla yako. Ila tu huwezi fanikiwa kama bado unaambatana na huyu adui, kama bado unajidharau na kujishusha au hata jiona ni mtu wa kufeli,

kushindwa au kutofanikiwa kabisa.

Nimeona watu wengi sana nje ya nchi wanawake na wanaume wakijidharau na kuona kuwa hawana uwezo wa kufanikiwa kama wazungu, hawana uwezo wa kufanya mambo makubwa kama wazungu.

Wengi wao wamekuwa wakijidharau kisa rangi yao au rangi zetu za kiafrika na kuona kuwa vitu vizuri au mambo mazuri wenye nafasi au kibali cha kufanya ni wazungu pekeyao. Hapana unakosea sana ten a sana,hupaswi jishusha au jidharau, wazungu ni binadamu kama sisi ambao wanatumia hii siri ya kutojidharau na kupenda mambo mazuri ambayo yamekuwa yakiachwa huru na waafrika wenyewe. Hatupaswi acha mambo mazuri tunatakiwa na sisi tupambane ili tuweze yapata, mungu alipotuleta duniani alituleta wotetukiwa na jina moja "**wanadamu**".

Kwa hiyo wote tuna haki sawa na acha kujishusha au jidharau kuanzia sasa, jitume, fanya kazi kwa bidii kama hao unaowathamini na kuona kuwa ndio pekee wanaostahili mambo mazuri. Kuna kundi moja la waafrika waliopo nje niliungwa kama mwanachama, kuna siku mtu mmoja aliposti kitu ndani ya kundi na mmoja aliandika kuwa hivyo vitu vizuri ni vya wazungu peke yao.

Mpaka hapa utakuwa umepata picha halisi kuwa huyu mtu hata ikitokea nafasi ya vitu viwili kimoja kizuri na kingine kibaya na akapewa nafasi ya kwanza kuchagua hashindwi chagua kibaya kisa kuna mzungu nyuma yake anasubili nae achague. Sasa kama wewe mwenyewe unajishusha na kuona kuwa hufai au huna kibali cha kuwa na vitu vizuri unategemea wazungu wataviacha?

Ni lazima wachukue kwani vipo huru. Ni sawa na watu wote wakikudharau na kuona hutafanikiwa ila wewe mmoja ukajiamini tayari inatosha kabisa kufanikiwa kwako. Hata watu milioni kumi wakakuamini na kuona unaweza fanikiwa na fika mbali zaidi ila wewe mmoja tu ukajidharau na kuona huwezi fika mbali basi hutaweza fika mbali na utakuwa palepale kila siku bila mabadiliko yeyote.

Mwanamke Jenipha.

Jenipha ni mwanadada aliyeolewa na kuishi Uholanzi kwa muda wa miaka 20.

Aliole na kubarikiwa watoto wanne na mumewe Johnson Lambert. Mumewe ni raia waUholanzi na yeye ni Mtanzania kama wewe unayesoma kitabu hiki muda huu. Jenipha aliishi katika ndoa yake akiwa hana amani wala furaha kwa muda mrefu kwa sababu ya kuishi nje ya ndoto yake. Jenipha alipenda kuajiliwa na hata kufanya kazi mbalimbali ambazo zingemuingizia fedha kwani alijua kuna leo na kesho. Mumewe alikuwa ni mtu wa ubaguzi sana na alikuwa akimwambia kuwa hataweza fanikiwa, hataweza soma au jiendeleza kwani hana iyo akili ya kwenda shule. Mumewe aliamini kuwa anachoweza ni kuwa mama wa nyumbani, kupika chakula na kulea watoto na yeye mumewe kufanya kazi na kulisha familia na si vinginevyo.

Mwanadada huyu alishindwa tumia nguvu ya ziada aliyonayo ya **ushawishi** na kujikuta akilia sana kila ifikapo usiku,kila pale akiwaza nini mwisho wa mateso haya. Aliweza vumilia takribani miaka 20 hadi pale watoto walipokuwa wakubwa akitumaini kuwa ipo siku mumewe atabadili msimamo na kumruhusu kwenda shule ya kujiendeleza na kuajiliwa kama wengine. Haikuweza kuwa hivyo na wala hakukuwa na mabadiliko yoyote kati yao zaidi ya kuendelea shikilia maumivu ya kuishi nje ya kusudio lake au lengo lake kuu alipendalo kuliishi kwa muda wote huo.Mwezi wa saba mwaka 1980 mume wa Jenipha alifariki na ilikuwa pigo kubwa sana kwa jenipha kuanza maisha na moja, mbaya zaidi kipindi hicho chote hakuweza hata jifunza lugha ya nchi hiyo, wala elimu yoyote juu ya pesa na ulipaji wa bills si kwa online wala banking.

Alipata nafasi ya kujifunza lugha kidogo tu kama sheria ya nchi isemavyo kwamba lazima usome kidogo walau cha kusalimia, aliwekeza nguvu nyingi zaidi kwenye lugha ya Kiswahili kwa wanae na alikuwa hatumii kabisa hii lugha ya Kiholanzi. Shida kubwa kwake ilikuwa hajui kuongea zaidi ya kusalimia kwani alikuwa anaongea kingereza tu na mumewe na Kiswahili tu na wanae.Alikosa nafasi za vyuo au shule kutokana na tatizo la lugha kwani vyuo vingi vilikuwa vikitumia lugha ya kiholanzi tu. Ilikuwa changamoto kubwa sana kwake, alijilaumu mnomuda liopoteza kipindi yupo na mumewe,alitamani

dunia irudi nyuma tena aweze badilisha au mwezesha mume wake kuona jinsi anavyoteseka sasa na maisha kwa sababu yake na maamuzi yake ya ubinafsi. Alilia sana ila hakuweza badilisha chochote zaidi ya kubeba wanae na kurudi Afrika ili akaanze maisha upya.

Ilikuwa tabu sana kwa Jenipha kwani hakuweza wekeza chochote si kwa Uholanzi wala Afrika kwani alikuwa mama wa nyumbani tu, hakuweza tuma hata senti Afrika kwani mumewe alikuwa akimzuia na kukataza pesa kutumwa Afrika kuwa pesa zao ni zao na si kusaidia kwao. Baada ya miaka 20 inamlazimu aanze na moja maisha mapya, nchini kwake Tanzania akiwa kama tegemezi kwa ndugu zake kuanzia malazi, makazi na hata huduma za kiafya. Somo hapa ni kuwa jitahidi sana unapopata nafasi fulani itumie

vizuri na kingine maisha tunapita kuna leo na kesho, jiandae kesho yako na kuwa mtu wa mwisho kufanya maamuzi yako. Hata kama dunia nzima haitakuamini au mumeo hata kuamini na kuona kuwa hutaweza, hutafika usiishia tu kukubali kama unauhakika kuwa unaweza hicho kitu.

Tumia nguvu ya ziada ambayo wanawake tunayo ili uweze mshawishi akubaliane na jambo au hoja yako. **"Haya ni maisha yako, usiwe mtu wa kufanyiwa maamuzi yote hata vile vitu vya muhimu zaidi juu ya maisha yako"**. Utayeumia ni wewe na si uyo aliekuchagulia au kupangia maamuzi,ni wewe utayeumia au faidika. Kumbuka kuwa unawajibu wote juu ya maisha yako na usiwe mtu wa kuendeshwa kwa kila kitu.Usije jutia baadae na kuona bora ungetumia muda wako vizuri na uenda ungekuwa mbali zaidi iwapo usingefanya au fuata kila kitu ulichoshauliwa. Kumbuka kuwa haya ni maisha yako na si ya mtu mwingine, mwenye maamuzi makuu ni wewe na si mtu mwingine,ulikuja duniani mwenyewe na utaondoka mwenyewe bila kusindikizwa na mtu yeyote.

Jinsi ya kumshinda adui huyu

Acha kujidharau kuanzia sasa, hata kama mtu au watu wanakudharau ni wao ila wewe mmoja ukijiamini na kuona kuwa unaweza fanya mambo makubwa, unaweza fika mbali na unaweza fanikiwa zaidi ya hapo ulipo basi fanya na utafanikiwa na kufika mbali zaidi.

Unachotakiwa wewe ni kuwaonyesha wale waliokudharau au wanaokudharau kuwa unaweza na umeweza fanikiwa na kufika mbali zaidi waonyeshe kwa vitendo kufanikiwa kwako. Ila ukiendelea jidharau na kuwaonyesha kuwa huwezi basi na wao wataendelea amini kuwa huwezi na utabaki vilevile siku zote.

5.WOGA WA KUFANYA MAAMUZI

Wanawake wengi wamekuwa hawaishi ndani ya lengo lao, ndani ya ndoto zao au ndani ya maamuzi yao kwa sababu ya woga wanaoujenga ndani yao.Wengi wao wamekuwa na woga wa kufanya maamuzi hata yale maamuzi ya muhimu juu ya maisha yao kwa sababu ya woga walionao.Ili ufanikiwe ni lazima uweze mdhibiti huyu adui bila hivyo itakuwa nguvu kufanya maamuzi na usipokuwa mwangalifu unaweza ua ndoto yako nzuri kisa adui huyu wa "**woga**". Kuna msemo unasema **"Never let your fear stop you"** Usiruhusu woga ukuzuie fanya mambo yako ya muhimu ambayo unaona yanafaida au mchango mkubwa juu ya maisha yako.

Wanawake wengi wamekuwa na woga au hofu ya kusimama wao kama wao, hii inatokana na kuwa tegemezi na kuamini kuwa hawawezi badili maisha yao na kufanya yawe bora zaidi bila msaada wa mwanaume au wanaume zao. Mwaka 2010 nilikuwa naishi Ubelgiji,nilipata shida sana na mateso yenye manyanyaso ndani yake nikiwa nchi ngeni bila ndugu mimi kama mimi. Nilivumilia mateso mpaka pale ilipofika wakati nilisema "**imetosha sasa nahitaji tafuta furaha yangu**" Nilijua kuwa ninao uwezo na nia ya kupambana na maisha yangu, sikuogopa kufeli, kuchekwa au kuanza na moja nilichotizama kwa wakati huo ni amani na furaha ya maisha yangu ambayo niliikosa katika ndoa.

Nilipambana mahakamani kupata talaka, tena niliomba talaka mwenyewe kwa moyo wote bila kulazimishwa na mtu kwani nilihitaji kuwa huru na amani.Niliweza mshinda adui huyu wa woga kwa wakati huo.Wakati huo sikuwa na nyumba wala kazi,ila nilimwamini mungu tu na nilijua nitavuka kipindi cha mpito na nitasimama tena nikiwa bora na imara kuliko zamani. Mungu ni mwema, serikali ilinisaidia kunipa makazi (nyumba na mwanangu), na kuanza lipwa ela ya matumizi kila mwezi kwa sababu mtoto alikuwa raia wao. Nilijiendeleza na shule mwenyewe na niliweza simama imara tena na kuja kuolewa tena na kuamia nchini Ujerumani ambako ndipo naishi na mume wangu na wanangu sasa mpaka sasa.

Swali ni je, ningeweza kuwa na furaha na amani niliyonayo sasa na hata mafanikio

iwapo ningeendelea ng'ang'ania au ogopa kufanya maamuzi ya kutoka ndoa ya mateso?

Jibu ni "**hapana**", na hili ndilo tatizo kubwa sana kwa wanawake wengi sana ndani na nje ya nchi. Wanawake wengi wanapigwa, wananyanyaswa,wanadharaulika na hata nyimwa haki zao za kimsingi. Wamekuwa ni watu wa kulia na kufuta machozi kila iitwayo leo bila kufanya maamuzi juu yao.

Wamekuwa wakiishi ndani ya vifungo vya muda mrefu kisa yupo mtu mmoja ambaye ameshikilia furaha yao katika maisha yao. Wapo wanawake wengi wanaogopa kuanza na moja kwa kuofia kuwa hawataweza hudumia familia zao kisa tu washajiaminisha kichwani mwao kuwa "**hawawezi au hawataweza** " kutunza familia ni mwanaume tu anaweza. Sasa kama wewe binafsi unashindwa jiamini na kuona huwezi nani atakuamini na kuona unaweza?

Tena bora hata mfumo wa nje unasaidia sana wanawake au wamama watu wa "**social**" wanajua wanawake ni watu muhimu sana katika jamii na wanahitaji msaada wa haraka sana pale wanapokutwa na matatizo, na wameweka mfumo wa kusaidia haraka zaidi wale wamama wenye watoto wadogo zaidi.

Wanawake tunayo nguvu ya

"kutambulika- Identification power"

Hii nguvu tunayo ndani yetu ambayo mungu ametupendelea zaidi, mungu ametupa nguvu ya ziada tuitumie ili tuweze fanikisha mambo yetu zaidi.

Nguvu hii itakusaidia sana iwapo utaitumia au labda umekuwa ukiitumia bila kujua kama unayo ndani yako.Nguvu hii inamsaidia mwanamke kumtambulisha kwa jamii kama mtu anayehitaji msaada wa haraka sana.

Mifano : **"Mimi kipindi napigania haki yangu ugenini mahakamani niliweza sikilizwa na kusaidia kwa haraka na kupewa makazi na kuanza kulipwa pesa za matumizi kwa kuwa sikuwa na kazi na nilikuwa na mtoto".**

- **Wakikaa ombaomba wawili, mmoja wa kike na mwingine wa kiume na wote wana watoto wachanga na wote wanahitaji msaada wako au misaada yenu. Asilimia kubwa ya watu watamsaidia mwanamke na wapo radhi wamwache mwanaume wakiamini kuwa atapambana na hali yake.**

Swali ni kwanini hawakumsaidia kwanza mwanaume na kumwacha mwanamke? Jibu ni kuwa **"wanaamini kuwa ile pesa watayotoa kweli itamsaidia yule mama na mtoto pia".**

Mama au mwanamke awezi mwacha mwanae afe njaa kwa hiyo ni lazima ile pesa itatumika kweli kununua mahitaji yake na mtoto ila baba anaweza kwenda nywea pombe pesa yote.

- **Vilevile tukiangalia kesi za ndoa zinazohusu watoto ndani yake, wamama wamekuwa wakipewa watoto kwa kuwa wanastahili kuwalea na wababa kutuma matumizi kwa kuwa wanaamini kuwa mtoto au watoto watakuwa sehemu sahihi na mama ata akipata pesa ni kweli zitatumika vizuri kulea watoto na hawatakufa njaa.**

Kwa hiyo kuanzia leo tumia hii nguvu iliyopopo ndani yako ya "**kutambulika**" acha woga wa kujaribu vitu au kutatua shida zako kwa kuofia hutasaidiwa na watu au jamii, kila siku kumbuka kuwa unayo nguvu ya ziada ndani yako na itumie ili uweze fanikisha mambo yako makuu kwa haraka zaidi.Wanawake wengi wamekuwa na woga wa kuchekwa na jamii, woga wa kuona kuwa wameshindwa maisha au wameachika katika ndoa zao. Wengi bado wana ile hali ya kuwa **"kuvumilia ndoa kwa miaka mingi hata kama ina mateso ni ushujaa",** wamesahau kuwa ipo siku ushujaa wao unaweza kuisha na kuishia umauti ambao utaleta shida kwa watoto wataowaacha duniani bila mama.

Kwa mwanaume haitakuwa tabu sana kwani baada ya mwezi au wiki kadhaa ataoa mwanamke mwingine na maisha yataendelea kama zamani. Shida ni wanao utaowaacha bila mama, au uenda wakapata tabu na malezi ya mama wa kambo ambae uenda akawatesa na kuwafanya wakukumbuke milele.Hapa utajiona kuwa ulikuwa mbinafsi, ulijiwazia wewe tu na woga wako wa kufanya maamuzi bila kujali maisha ya wanao baadae yatakuwaje iwapo utaondoka na kuwaacha.

Kuna msemo unasema " **Kifungo kikubwa sana cha wanawake ni kifungo cha kuogopa watu wengine watasema nini juu yao"** Kifungo hiki kimewafanya washindwe ishi vile watakavyo wao na kujikuta wanaishi vile dunia,watu au ulimwengu utakavyo.

Wamekuwa wakiishi kwa kufurahisha watu, bila kujali mateso na maumivu wanayopata .Duniani umekuja mara moja, utapomaliza muda wako utaondoka na hutarudi tena. Sehemu pekee ya kukamilisha lengo lako, kuishi yale maisha utakayo na kuishi ndani ya kusudio lako ni duniani tu na si kwingine. Tumia muda wako vizuri, ishi vile utakavyo, fanya vile upendavyo, acha woga na fanya maamuzi iwapo unaona yanafaida juu ya maisha yako na si vinginevyo. Usiruhusu watu wengine washikilia furaha yako,usiishi kwa kuhofia watu na wala usiishi kwa kuridhisha watu kwa kufanya hivyo utaweza mdhibiti adui huyu wa woga na utakuwa mtu wa mafanikio na furaha kila siku.

Jinsi ya kumshinda adui huyu

Kama mwanamke unatakiwa ujiamini na utambue kuwa maisha yako yapo mikononi wako na wewe unao wajibu juu yake. Unachotakiwa ni kumshinda adui huyu wa woga hasa pale unapoona kuwa maamuzi unayotakiwa chukua au fanya yanamchango mkubwa sana kwa maisha yako. Usiogope kusimama wewe kama wewe, unayo nguvu ya kutambulika, jamii ipo kwa ajili ya kukusaidia pale utapohitaji msaada. Usiogope kubadili maisha yako pale unapoona yanaelekea njia tofauti na ile uliyotaka, usiogope kufanya mabadiliko juu ya maisha yako kisa kuhofia kuchekwa au semwa na watu.

Pamoja na kuwa mwema kiasi gani bado hutaweza zuia watu kukusema vibaya, binadamu tumeumbwa na hali ya kuona maovu na kusema wengine tu. Futa akilini mwako kuwa nitachekwa, kitadondoka, nitasemwa, fikilia zaidi maisha yako, furaha yako na maisha ya wanao ya leo na kesho. Usiishi kwa kufurahisha watu na wala usiruhusu furaha yako ishikiliwe na mtu au watu Fulani. Maisha ni mafupi na tumia muda wako vizuri pindi uwapo hapa duniani.

ZOEZI LA KUFANYA

1. Je, ni maamuzi gani ulikuwa unaogopa kuyafanya na sasa upo tayari kuyafanyia kazi ili uweze fanikiwa?
2. Je, upo tayari kuanzia sasa kumshinda adui huyu wa woga wa kufanya maamuzi?

   (a) Ndiyo

   (b) Hapana

6. KUWA NA NETWORK MBAYA

Swali ni je marafiki au watu wa aina gani natumia muda nao mwingi? Marafiki ni watu wa muhimu sana katika maisha yetu, ni watu tunaotumia muda wetu pamoja nao pale tunapokuwa na muda wa ziada usioingilia ratiba zetu. Marafiki hawahawa wanaweza kuwa ndio sababu kubwa ya wewe kufikia malengo yako, kufanikiwa au kutofanikiwa maisha yako, au kudondoshwa kabisa.Ndiyo maana kuna marafiki wazuri na wabaya pia.

Tunapaswa kuwa makini na kufanya baadhi ya vitu katika urafiki wetu huu.

1. Kukagua marafiki - Ni lazima uwe na uwezo wa kukagua marafiki zako, kama ni marafiki wenye kukujenga na si marafiki

wa kukurudisha nyuma au bomoa kabisa.Unapoona maisha yako hayaendi vile unavyotaka sababu mojawapo kuu ni kuangalia chanzo au sababu ni nini? Ni lazima uwe na uwezo wa kutambua chanzo cha tatizo na kufanyia marekebisho kwa haraka zaidi.

Kwa asilimia kubwa watu udondoshwa kutokana na aina ya marafiki walionao au aina ya watu wanaoambatana nao.

2.Rekebisha marafiki ulionao - Unao uwezo wa kuamua nani uwe naye na nani usiwe naye kama rafiki, si lazima kila mtu awe rafiki yako. Wapo marafiki wanakuja kwako kwa sababu ya kitu au vitu Fulani. Inaweza kuwa kukutumia na shida zao zikiisha wataondoka na kukuacha pekeyako hawa ni marafiki matawi.

Ni kama mti kuna msimu matawi yanaota na msimu matawi yanapukutika yote kutokana na badiliko la hali ya hewa ndivyo ilivyo kwa marafiki pia. Watapomaliza shida zao kwako wataondoka na kukuacha pekeyako. Wapo marafiki wanaokuja kukudondosha hawapendi nafasi au sehemu ulipo wanajifanya wema kwako na watataka kukudondosha na pale lengo lao

litapofanikiwa Watafurahi na watakuacha pekeyako ukipambana mwenyewe.

3. **Punguza uhusiano na baadhi ya watu/marafiki** - Wewe ndiye mwenye maamuzi ya nani awe karibu nawe na nani awe mbali nawe ndiyo maana kuna msemo unasema " **maisha yako yapo mikononi mwako**"wewe ndiye mwenye uwezo wa kuyafanya mazuri au mabaya.

Unapoona kuna dalili zozote za kufanya mabadiliko kwa baadhi ya marafiki zako basi fanya. Andika list ya marafiki zako unaoshirikiana nao muda mwingi na fanya mchujo wa kila mmoja wao ukiangalia

faida ya uyo mtu au hao watu, je kuna faida yoyote unaipata kuwa naye au kuwa nao?

Kama unaona huna faida sanasana kupoteza muda kuzungumza ishu za kidunia tu na si mafanikio basi upo sehemu hatari na unapaswa fanya marekebisho kwa haraka sana.

Ni kama **"Director wa movie"** kwenye zile behind the scene kuna mengi mno yanafanyika, kuna vipengele vingi mno vimekosewa wamevitoa kwenye movie ili tu kuifanya iwe bora zaidi.

Hivi ndivyo maisha yako yanapaswa kuwa pia, wewe ndiye "Director" wa maisha yako, unatakiwa kuangalia vitu gani au watu gani natakiwa niwapunguze au niwatoe kabisa ili maisha yangu yaweze fika mbali au fanikiwa.

Huwezi ruka juu iwapo utakuwa umebeba mizigo mizito zaidi iliyoambatana na wewe ni lazima uipunguze kama unataka ruka juu zaidi.

4.Waepuke marafiki sumu - Marafiki sumu ni wale wenye kukusema vibaya pindi haupo nao na hujifanya wazuri kwako pindi upo nao. Hawa ni marafiki wanaoweza kukutengenezea tatizo

kubwa sana au toa siri zako nzito sana za ndani ambazo ulimwambia kwa nia njema tu ili akuharibia na ufurahi sana pindi dhumuni lao linapokamilika. Vilevile ni watu wanaoweza kukuzushia uwongo au hata kukufungulia kesi polisi ya uwongo au kukuchomea mladi tu upate matatizo. Epuka hawa watu kwa haraka sana.

Je utawezaje watambua marafiki wa aina hii?

- Wapo negative sana

Ni watu wanaopenda ongelea mabaya tu au kila kitu hata kiwe kizuri vipi watatafuta tu sababu ya kukikosoa au kikatisha tamaa.

- **Watu wa kukatisha tamaa sana**

unaweza kuwa na ndoto yako au wazo zuri unataka lifanya na unauhakika kuwa utaliweza na utalifanya kwa ubora wote lakini badala ya kukusupport watakwambia hutaweza,achana nalo au hustahili kufanya hilo jambo kwa hiyo ni watu wa kukukatisha tamaa siku zote na kuona wewe ni mtu wa kutofanikiwa siku zote au wa kufeli siku zote. Inawezekana ikawa ni wivu au kwa kuwa wao walishindwa hilo jambo wanataka na wewe ushindwe pia, au hawataki kuona unafanikiwa na hilo jambo na wao wakaonekana walifeli jambo hilohilo ulilofanikiwa.

- **Usema wenzao tu**

aina ya marafiki hawa ni wale wanaopenda sema wenzao tu,huyu kafanya hivi, huyu kafanywa hivi,hivyo basi hawashindiwi kukusema wewe pia pindi umewapa kisogo chako.

Ni watu wa kuongelea wenzao mabaya tu na si mazuri,epuka na hawa watu kwani kama wanaweza mwongelea mwingine au wengine mabaya unategemea akiwa na wengine ataongea mazuri tu juu yako?

Jibu ni hapana hata wewe atakuongelea hivyohivyo kwa hiyo kuwa makini nae ikiwezekana achana naye au achana nao kabisa.

Jinsi ya kumshinda adui huyu

Chagua marafiki au watu unaoambatana nao wanaoendana na mwelekeo wako, wanaoendana na mafanikio yako, wanaoweza kukuvuta au kukusaidia kufika mbali zaidi.Tafuta watu ambao wataleta mchango mkubwa sana kwako katika safari yako ya kufanikiwa.

Usichagua marafiki tu kisa mlimaliza shule,vyuo au mlicheza wote utotoni pamoja. Kila mtu ana mwelekeo wake, na kila mtu ana vitu vyake avipendavyo.Kusoma wote sio sababu au ulazima wa nyie kuendelea kuwa marafiki milele,kujuana kwa muda mrefu sio ndo lazima kuwa marafiki kwa muda mrefu. Mnaweza baki kuwa marafiki paletu mwelekeo wenu unapokuwa sawa au unapoendana.Kuwa makini katika kuchagua kwako kwani wapo marafiki sumu,marafiki matawi na marafiki wabaya wanaokuja kwa nia moja tu ya kukurudisha nyuma, kukuangamiza au kukuharibia maisha, na ufurahi pale wanapoona lengo lao limekamilika nawe umedondoka.

Ndiyo maana unaona marafiki wengi wanaishia chukuliana wanaume,semana maneno mabaya kwa watu wengine ,hii yote ni kwasababu unakuwa umewapa nafasi ya kukujua zaidi na kuwa karibu na wewe na hata kukuangamiza kwa urahisi zaidi.

Kwani kikulacho sikuzote ki nguoni mwako,na adui wa karibu ni mbaya zaidi kwani anao uwezo wa kukumaliza kwa muda mfupi zaidi.

ZOEZI LA KUFANYA

4. Je ni marafiki gani au watu gani utaacha ambatana nao?
5. Je, marafiki gani unahitaji kuwa nao katika safari yako ya mafanikio?
6. Je,ni vitu vipi vimekuwa vikikupotezea muda sana na unatamani kuanzia sasa uvipunguze au viacha kabisa ili ufanikiwe kwa haraka.

(a)……………………

(b)……………………

(c)…………………

7. KUKATA TAMAA

Maisha yamekuwa na changamoto nyingi sana,vikwazo vingi sana si kwako tu bali kwa kila mtu .Haya ndiyo maisha unatakiwa pambana nayo na si kimbia matatizo. Usipenda kuwa mtu wa kukatishwa tamaa kwa haraka sana. Unatakiwa kuwa mtu asieongozwa sana na hisia kwani hisia ndiyo inayoleta huzuni na hata kukupelekea kata tamaa kwa vitu ambavyo labda ushavianza kwa muda mrefu au unatarajia kuvianza. Kila changamoto unayokutana nayo jaribu kutafuta suruhisho lake,kuna baadhi ya watu wenye uzoefu wa hicho kitu wanaweza kukusaidia kutatua suruhisho lako kwani kwako unaweza liona gumu ila kwao likawa jepesi tena hata lisichukue hata dakika tano (5) kulitatua. Usikubali mtu yoyote kukukatisha tamaa iwe mwenza wako au ndugu yako hata mzazi wako. Waliofanikiwa wote waliambiwa hawawezi,watapoteza muda wao na mali zao na hawatafanikiwa .Waliyaacha hayo maoni na ushauri waliopewa kwa kuwa waliamini ni mawazo yao na si yako wewe unayetaka fanikiwa. Unaweza kuwa na mume au boyfriend ukamwambia jambo au kitu akakukatisha tamaa kabisa kuwa hichi kitu hutaweza,hutafanikiwa au usikifanye kabisa inawezekana labda anaogopa gharama ya hicho kitu au alishindwa yeye anahisi na wewe utashindwa tu. Penda kusimama na maamuzi yako hasa unayoona yanafaida kubwa sana baadae, usijidharau kuwa hutaweza.

Hata wewe unaweza na utakuwa mbali sana ikiwa umeweka nia ya hicho kitu ndani yako.Moja ya adui mkubwa sana kwako "**ni adui wa kujidharau kuwa hutaweza fanikiwa** " ni bora watu wakudharau mara kumi kuliko wewe mwenyewe kujidharau.

Ni sawa na watu 100 au 1000 wakakuamini, wakakusifia kuwa utaweza ila wewe mwenyewe ukajiamini kuwa hutaweza ni kweli hutaweza,ila watu 100 au 1000 wakaamini hutaweza ila wewe mwenyewe ukaamini utaweza ni kweli utaweza. Mshinde adui number moja aliye ndani yako "**kujikatisha tamaa**" kwanza ndiyo upigane na maadui wengine waliopo nje yako.Waliokatishwa tamaa leo na wakapuuzia leo hii ndio haohao tunawasifia wamefika mbali na wamefanikiwa sana au matajiri wakubwa sana duniani. Wangeweza sikiliza au fuata ushauri waliopewa kuwa hawataweza leo hii wangeshindwa pia na wangebaki na maisha yaleyale ya kila siku bila kuwa na badiliko lolote. Asilimia kubwa ya wamama au wadada wanaokuf a na "**depression - msongo wa mawazo**" ukiangalia vyanzo vya matatizo yao ni kukata tamaa.

Wanaweza sumbuka kwenye ndoa au hawana furaha kabisa, wanateseka, wananyanyasika na wamekuwa wakitumika kama watumwa kwa maslahi ya mume aliyenaye,lakini kwa kuwa amekata tamaa au ameamua aendelee teseka na hiyo hali kwa muda mrefu huku akiendelea kumbatia matatizo kwa muda mrefu yatayoweza msababishia msongo wa mawazo na kukosa furaha na mwisho wa siku magonjwa ya moyo na umauti kumfika.Usikate tamaa,duniani tumekuja mara moja ikitokea umeondoka tu tambua hutarudi tena. Ishi maisha yako kwa kufurahia kila siku, usiwe mtu wa kukata tamaa kwa haraka na usiongozwe na hisia sana maana utaishia kata tamaa hata kwa vitu muhimu bila kusahau furaha yako iwe mikononi mwako na si kwa mtu mwingine.

Jinsi ya kumshinda adui huyu

Usiwe mwepesi wa kukata tamaa, usiwe mwepesi wa kughairisha mambo kila pale unapokutana nachangamoto za kidunia. Jifunze kuwa imara kwa kila changamoto unayopitia.Mara nyingi mungu huruhusu changamoto au mapito magumu kwako ili ujifunze kitu au ufike sehemu sahihi anayotaka ufike au aliyokuchagulia. Usiwe mwepesi wa kulaumu na kuacha fanya maamuzi kwa kuhofia gharama utayohitaji jitolea juu yake ili uweze fanikiwa. Siku zote mambo mazuri yana gharama yake, mafanikio hayaji nyenyewe ni lazima ukubali kuumia kiasi fulani ili uweze yapata au yafikia.Ni lazima ukubali pitia kipindi kigumu kwa muda ili ufikie pale unapotaka fika. Kumbuka pia **"mchumia juani ulia kivulini" na "mvumilivu hula mbivu".**

Ni kweli utaangaika kwa muda, utateseka kwa muda ila ipo siku utabaki ukijipongeza kwa kukubali ingia gharama ya kuumia kwa muda na sasa unafurahia matunda ya mateso yako ya muda fulani. Ni sawa na mama mjamzito,atapata tabu kulea mimba kwa miezi tisa. Inaweza kuwa kipindi kigumu sana kwake kwani wapo wanaoumwa miezi yote hiyo, hawawezi lala vizuri, hawawezi kula na hata hawawezi tembea vizuri. Zaidi ya yote wanapata shida pia wanapojifungua ila wanakuja sahau maumivu na mateso yote wakishajifungua wanakuwa na furaha na usherehekea kupata mtoto na kuitwa mama, ndiyo maana tunasema ni kipindi kifupi tu cha kuvumilia na furaha yako itakuja pindi utapovuka muda huo. Usikate tamaa, ipo kesho yako nzuri na bora zaidi inakuja ambayo itahitaji kujituma kwako na kujitoa kwako kwa muda fulani.

8. KUTOTHAMINI MUDA

Anza siku yako na mpangilio maalumu, usianze siku yako bila kujua nini utafanya na nini utamaliza. Usipende ishi bila kuwa na ratiba maalumu, acha ratiba ikuongoze siku yako na imalize kwa kuifuata hiyo ratiba.Usiwe mtu wa kupoteza muda kwenye mambo ambayo hayakujengi au hayaongezi chochote katika maisha yako.Hakuna kitu muhimu na cha kuongeza mafanikio kwa haraka zaidi kama **"Time management"** kutumia muda vizuri.

Vitu vinavyopoteza muda wako

- **Uvivu**

Unakuta mtu analala muda mrefu anaamka mfano saa 7 au 8 mchana, ndiyo siku yake inaanza hapo.Hakuna anachofanya cha kumjenga zaidi ya kulala tena au kushinda anaangalia TV siku nzima na bado atachelewa lala usiku saa 7 au 8 akiangalia filamu.

Unategemea mtu huyohuyo atakuwa na nguvu nzuri ya kuanza siku yake ya kesho? Jibu ni hapana bado ataamka kesho yake na atafanya.Yaleyale ya jana na baada ya miaka kadhaa hataona mabadiliko yoyote ataishia bebesha wengine lawama kwa kuwalaumu juu ya maisha yake siku zote hasa pale watapoacha au punguza msaidia kifedha au misaada mingine.

- **Social Media**

Mitandao ya kijamii hii imekuwa ni tatizo au changamoto kubwa sana kwa sasa hasa vijana ambao ndio taifa la leo na kesho wanaotakiwa kujenga taifa hilo kuwa imara au bora zaidi. Social media siyo kitu kibaya iwapo utaitumia vizuri. Wapo wanaotumia vizuri mitandao hii mfano , kibiashara kutangaza biashara zao na kufikia wateja kwa haraka zaidi. Hawa ni watu wanaopata au wanaotumia kwa upande chanya na wanapata faida nyingi zaidi kwa hizo social media.

Ila wapo wale wanatumia social media kusoma umbea, udaku msanii huyu yupo na nani, huyu kafanya nini n.k. Mtu anaamka asubuh bize na Instagram akitoka ataingia Twitter akitoka ataingia Facebook akitoka ataingia Snapchart, akimaliza hizi atarudi tena na ingine na ingine mpaka siku yake inaisha bila chochote cha kumsogeza pale alipo.

Swali je unategemea mtu huyohuyo baada ya miaka 5 au 10 atakuwa na mabadiliko yoyote? Kabla ya kuingia mitandaoni jiulize swali hili kwanza: **"Je Kuna chochote cha faida au cha kunijenga au kitachonisogeza hapa nilipo kwenda pale napotaka?"** Kama jibu hapana basi acha hii tabia na usiingie mitandaoni bila ratiba maalumu au kama mtu asiye na mwelekeo wa maisha yake

Jinsi ya kumshinda adui huyu

Ishi kwa ratiba, acha ratiba iongoze siku yako, na heshimu ratiba yako kila siku. Kuwa mtu wa kuamka mapema, anza siku yako mapema na fuata ratiba ambayo umeipanga siku moja kabla (usiku wa kuamkia kesho yako).

Mpangilio wa ratiba yangu.

Asubuhi kuanzia muda fulani mfano saa 12.30 unaamka. Nusu saa unajiandaa kama unaenda kazin au unaandaa watoto kama ni mama wa nyumbani kwa kwenda kazini. Saa 2 asubuhi hadi 2.30 watoto wanakuwa wapo shuleni au washafatwa na school Bus kwa nyie watoto wanaofatwa nyumbani.

Kuanzia saa 3.00 asubuhi hadi saa 10.30 jioni huu muda wewe unautumiaje? Huu ndio muda wako unaotakiwa tumia pindi haupo na watoto au pindi upo mwenyewe. Muda huu ni mwingi sana na unatosha sana kufanya mabadiliko makubwa kwa maisha yako iwapo utautumia vizuri.Mimi binafsi watoto wanaenda shule saa 2.00 nakuwa na nusu saa ambayo naandaa kahawa na 2.30 nakaa mezani nafata ratiba yangu. Kila siku ina ratiba yake kuanzia saa 2.30 asubuhi labda nasoma chuo hadi saa 6.00 mchana baada ya hapo nitapata pumziko la chakula cha mchana kwa nusu saa. Saa 6.30 had 6.40 tayari nitakuwa mezani naendelea na ratiba ingine kama ni kuandika kitabu au kusoma,hadi saa 9 mchana.Saa 9.30 mchana nitajiandaa tayari kufata watoto shule ni mwendo wa dakika 10-15 kwa gari nakuwa nishafika. Nikishachukua watoto nakuwa na muda nao, kama nitawapeleka sehemu za michezo au watacheza nje garden (bustanini) kwa lisaa angalau na mimi nimepata miuda nao siku hiyo.Kuanzia saa 12 kasorobo hivi nakuwa jikoni naandaa chakula cha jioni kama ni ratiba yangu siku hiyo na saa 1 kasorobo tupo mezani tunakula chakula.Saa 2 kamili usiku nimechelewa saa 2 na nusu nitalaza watoto wote na mimi nitapata walau masaa mawili ya kufanya kitu cha kunijenga mfano kusoma kitabu au sikiliza audio au podcast za kunimotivate zaidi na saa 5 kamili nitakuwa kitandani nimelala tayari kwa kujiandaa na siku ya kesho,bila kusahau tayari ratiba yangu ya kesho nishaipanga kwa kuiandika kwa karatasi ndipo unatakiwa kulala. Ngoja niwape siri mojawapo inayofanya uishi maisha yasiyon na "**stress**" hasa wamama wenye watoto ambao hamna mabinti wa kazi mnalazimika kufanya shughuli zote wenyewe bila msaada toka kwa mtu mwingine.

" **Mimi binafsi ni mama**" wa watoto watatu tena wadogo, wa kwanza anamiaka 7, wapili mitano na wa mwisho miwili na nusu,bila kusahau ni mke pia ambaye namajukumu kama mke au mama kwa wakati mmoja" .Pamoja na hayo bado ni mwandishi wa vitabu, nasoma chuo kujiendeleza na ni blogger ambaye napost muda mwingi pia. Swali ni je nawezaje fanya haya yote na sina msichana wa kazi?

Jibu ni jepesi sana

1. Naishi kwa kuheshimu au fuata ratiba, muda umekuwa ni kitu muhimu sana kwangu,nimekuwa nikiuheshimu na kuufuata kama ratiba yangu inavyotaka.

Uwezi fanikiwa hata kama unafuata sheria zote za muhimu kama muda huufuati " **Time management** " ni moja ya kitu muhimu sana unachotakiwa kiheshimu kuanzia sasa kama unataka fanikiwa.

Nitaamka mapema na nitafanya vile vilivyomo kwenye ratiba yangu siku iyo, hivyo ni vipaumbele vyangu navyofuata au vinavyoniongoza siku yangu. Bila kusahau naosha vyombo na nasafisha nyumba usiku

kabla sijalala ili asubuhi napoanza siku yangu visiharibu ratiba yangu, kwa hiyo nakuwa sina kazi asubuhi ya jana niliyoiacha au nisiyoimaliza kama vyombo au usafi maana nishafanya usiku wa jana, kazi nitayokuwa nayo ni kuandaa

kikombe changu cha kahawa na kukaa mezani kusoma baada ya watoto kuwakimbiza shule.

2. Naingia Social media mfano instagram au Facebook dakika 30 tu kwa siku,tena naigawa (dakika 15 breki yangu ya kwanza nitayoianza baada ya kufanya baadhi ya vipaumbele vyangu vya kwenye ratiba yangu siku hiyo,na dakika 15 ingine nitaimaliza usiku kabla ya kulala apo nitaingia Instagram na Facebook zote kwa

huo muda bila kuzidisha, nitasoma kitabu pia 30 minutes au lisaa limoja kabla sijalala.Hii inanisaidia kichwa changu kibaki na "positive mind" na hata napolala niweze ota ndoto nzuri zenye kutafutamalengo mapya au kutatua changamoto na suruhisho nazohitaji fanya . Ni sawa na ukiangalia filamu ya kutisha mfano, watu wanakatana,wanauana au wananyonyana damu, alafu ukaenda lala tayari unakuwa umefanya kichwa chako au ubongo wako uwe na "**negative mind**"ndiyo maana utaota ndoto za kutisha,kuogopa n.k kwa hiyo kama nawe ni mtu wa namna hii basi badilika kuanzia sasa hujachelewa.

3. Weekend nitatumia muda wangu na familia yangu kama tutatoka mchana basi usiku nitakuwa bize na ratiba yangu kama ni kusoma ilimradi tu ratiba yangu haivurugwi. Iwapo hatutatoka mchana weekend basi mchana nitasoma na usiku nitatumia walau lisaa au masaa 2 kuangalia filamu pamoja na mume watoto wakiwa wamelala. Kwa hivyo najikuta mafiti sekta zote kama mke, mama, mwanafunzi au mfanyabiashara.

4. Nilipunguza marafiki nilioona hawana faidi kwangu zaidi ya kupoteza muda wangu. Hii pia ni sababu kubwa ya kuwa na muda mwingi wa kutosha kujiendeleza zaidi kufikia malengo yako badala ya kuzunguka na marafiki au kushinda na marafiki mkipiga stori zisizo na faida yoyote kwako au zisizo jenga maisha yako kwa njia moja au nyingine kwa kuwa unaishi kwa deadline kulingana na ratiba yako ya kila siku.

<u>ZOEZI LA KUFANYA</u>

1. Je, ni vitu gani vimekuwa vikikupotezea muda wako sana kati ya hivi : **(a) magroup ya whatsap**

(b)Instagram

(c) Snapchart

(d) Facebook

9. CHUKI

Katika dunia ya sasa wanawake wamekuwa wakiongoza kwa kiasi kikubwa sana kuchukiana wenyewe kwa wenyewe, au wamekuwa ni watu wa kubeba chuki sana katika mioyo yao.Ni watu ambao wapo tayari kuchukia kitu au mtu bila sababu maalumu. Wapo tayari kumchukia mtu hata ambae hawajawai muona uso kwa uso au wasie mjua kabisa mladi tu wamesikia habari zake bila kujali kama ni za kweli au si kweli.Wanaume wanachukiana ndio kwani nao ni binadamu kama sisi, ila sisi wanawake tumezidisha kwa kiasi kikubwa sana na ndilo sababu au adui mmoja mkubwa anaekwamisha kufanikiwa kwetu iwapo tutamuendekeza au utamuendekeza.

Usiruhusu chuki itawale maisha yako kwani kuna madhara makubwa sana na wengi wamepata matatizo makubwa sana kwa sababu ya kuendeshwa na chuki.

Madhara ya chuki.

- **Kukosa marafiki wazuri** -Watu wengi wamekimbiwa na watu kwa sababu ya chuki zao, hakuna mtu atayetamani au penda kuwa rafiki na wewe au kuwa na uhusiano na wewe iwapo utakuwa mtu wa chuki kila siku. Hakuna mtu atayetaka jihusisha maisha na wewe iwe kibiashara iwapo utakuwa mtu wa kuchukia wengine siku zote.

Kwa kuwa utakuwa mtu wa chuki hutaweza kuwa tayari kujifunza vitu vizuri toka kwa watu fulani kwa sababu unawachukia na hutataka fanana nao au fanya vile wanavyofanya au hata onana nao na kuwauliza mbinu zipi wametumia hadi wameweza fanikiwa hata kama ni vitu vya kimaendeleo zaidi. Kwa udhaifu huo utajikuta unabaki palepale na hufiki mbali kimafanikio. Na hata watu wengi kukukwepa au kimbia kwa kuhofia kuwa wewe ni rafiki sumu, rafiki kizuizi wa mafanikio yao.Wanawake wengi kwa sasa wamekuwa na tabia ya kudondoshana, kuangushana na hata kumdondosha mwenzie pindi anapoona anaonesha mafanikio. Wapo radhi kumzushia maneno ya uwongo mradi tu wamchafue na kumrudisha nyuma zaidi ili afanane nao au adondoke zaidi.Inaweza tokea nafasi fulani ambayo kuna mwanamke na mwanaume na mmoja wao anatakiwa apitishwe, mwenye kufanya maamuzi ya upitishaji ni mwanamke ila yupo radhi ampitishe mwanaume na amwache wanamke mwenzie kisa tu wivu alionao. Inawezekana hata iyo nafasi mwanamke mwenzie akiipata yeye hatapungukiwa kitu, lakini basi tu anafurahi kuona mwenzie kakosa iyo nafasi.

Kuna msemo unasema wanawake tunaweza, wanawake tuwezeshane, na maneno mengi ya kutiana moyo sisi kwa sisi. **Swali ni je, tutawezaje saidiana iwapo sisi kwa sisi tunarudishana nyuma?**

Ifike wakati wanawake tupendane, unapomsaidia mwenzio mungu nae anakufungulia baraka zaidi na zaidi na milango ya mafanikio juu yako ndipo inapofunguka. Dunia tunapita, tumia nafasi uliyonayo vizuri, saidia watu pale unapoweza, acha kuongelea watu vibaya, kusengenya watu vibaya, na tumia muda wako vizuri kupenda wengine, kuwatakia wengine mafanikio zaidi na kuvuta wengine ili nao wafanikiwe kama wewe ulivyofanikiwa.Wapo wanawake wengine unaweza kuta hujamkosea kitu au humjui kabisa ila anaweza ongea juu yako utasema anakujua au uliwai mkosea huko nyumaa kumbe hata kuonana nae hujawai onana nae, ukijaribu chunguza sababu ya kukuchukia jibu ni moja tu:

" **Umefanikiwa**" sasa kosa ni kufanikiwa au ni nini?. Kwanini na wewe usiulize sababu gani katumia huyo mtu hadi kaweza fanikiwa ili na wewe uweze fanikiwa kama yeye.

Uyo unayemchukia au hao unao wachukia ni binadamu kama wewe,kuna baadhi ya vitu wamejitoa kuviacha au kuviboresha ndiyo maana wamefanikiwa na wewe huna budi kujitoa na kufanya kama wao ili nawe ufanikiwe.Usiwe mtu wa kuchukia watu bila sababu kisa wamefanikiwa bali kuwa mtu wa kujifunza toka kwao na kuwa tayari kupokea mabadiliko mapya juu ya maisha yako.Kuwa mtu anayependa saidia wengina na kuona wengine wamenyanyuka na wamefanikiwa kama wewe. Unapo saidia mwingine,unapomwinua mwingine mungu atakufungulia baraka zaidi na mafanikio mengi zaidi juu yako. Uchoyo wa kusaidia wengine na kutaka ufanikiwe peke yako au uwe juu peke yako ni hatari sana na si nzuri kabisa.

Jitahidi kupunguza chuki mioyoni mwenu,punguzeni magrupu ya kuongelea wengine vibaya,kufurahia matatizo ya wengine na hata kujadili madhaifu ya wengine bali tumieni muda huo kufilikia zaidi mbinu mbalimbali za kuwajenga na kuwasogeza kimaisha.

Watu wengi waliofanikiwa wamekuwa ni watu wanaofikilia mipango na mafanikio tu, hawana muda wa kumjadili mtu au kujadili watu madhaifu au matatizo yao kwani wanajua kuwa sio kazi yao au haviwahusu. Hivi ndivyo nawe unatakiwa ubadilike kuanzia sasa,tumia muda wako zaidi kuleta mabadiliko yako na mafanikio yako na si vinginevyo.

Jinsi ya kumshinda adui huyu

Jitahidi kuwa mtu wa upendo, mtu wa kusaidia na mtu wa kupenda mafanikio ya wenzio. Kuwa mtu aliye na utayari wa kujifunza na kuiga mifano mizuri toka kwa wengine, mtu mwenye utayari ya kubadilisha maisha yake na si kubaki palepale. Epuka makundi yenye kujadili mabaya juu ya wenzao, makundi ya chuki na makundi yenye kurudisha wenzao nyuma pale wanapopiga hatua za kimafanikio. Kumbuka pia unayemsaidia leo ndiye atayekusaidia kesho au atayekuzika, tengeneza mazingira mazuri ya kusaidiwa baadae pale utapohitaji nawe msaada toka kwa wengine. Usiwe kikwazo au kizuizi cha wengine kufanikiwa au kupiga hatua zaidi za kimafanikio. Unapokataa msaidia mtu kutokana

na matatizo anayopitia wakati huo au historia yake aliyonayo nyuma na kuishia muhukumu badala ya kumsaidia, siku huyo mtu atapofanikiwa na kuwa kiongozi mkubwa au milionea mkubwa duniani na wewe huna kitu unahitaji msaada toka kwake itakuwa nguvu kumfata na kuomba msaada kwani utakuwa ukijishuku vile ulivyomnyanyasa, vile ulivyomwacha msaidia kipindi anauhitaji zaidi toka kwako. Kipindi ambacho dunia ilikuwa ngumu sana kwake na alihitaji msaada mkubwa sana toka kwako, ila hukuona hilo na kuishia mnyanyapaa na kuacha msaidia. Kumbuka kila siku, usipolipwa na uliyemsaidia basi mungu atakulipa kwa njia moja au nyingine.Kuwa mtu wa kutoa na kusaidia wengine na mtu asie na chuki juu ya wengine, bali mtu wa kujifunza na kupenda wengine kama ajipendavyo yeye mwenyewe.

10. KUJIAMBIA MANENO MABAYA

Wanawake wengi wamekuwa na hii tabia ya kujiambia maneno mabaya wao kwa wao, kuna maneno mengi ambayo wamekuwa wakijiambia mioyoni mwao kama siwezi,sitaweza,sitafanikiwa,

sipendwi,jamii hainikubali,jamii hainipendi,watu hawanipendi au sijapendeza. Haya ni baadhi tu ya maneno ambayo ni mabaya na yanaweza kufanya uishi maisha ya woga na hofu kubwa sana na kukufanya ushindwe fikilia maendeleo zaidi na kuishia kuwa na hofu ya maisha muda wote. Inawezekana labda umetoka katika familia ya kimaskini huko nyuma,au ulikuwa ukiteswa au nyanyaswa kijinsia uko zamani labda kwa kubakwa na watu wako wa karibu.

Hii imekufanya ujione kuwa si mtu wa kupiga hatua tena, si mtu wa kubadilisha maisha yako tena, au si mtu wa kufanikiwa na kufika mbali tena. Umekuwa mtu wa kujiona ni wakushindwa tu au wakufeli tu. Habari njema kwako ni kuwa,Tunaishi katika karne ya mabadiliko,mtu

yule wa jana si yuleyule wa leo ndiyo maana siku zinaisha, mwezi unaisha na mwaka utaisha na kuja mwingine wenye jina tofauti.

Hivyo hivyo nawe unatakiwa ukubali mabadiliko,usikubali kukumbatia nyakati iliyopita,usikubali kuwa mtu yuleyule bali kubali kubadilika na kuwa mtu mpya kama unataka kufanikiwa.Historia yako ya zamani, mateso yako ya zamani au kunyanyaswa kwako kwa zamani hakuhusiani na wewe kushindwa fanikiwa au siyo kizuizi cha wewe kushindwa fanikiwa. Wapo matajiri wengi katika dunia hii ya sasa ambao wengi wao wametoka katika familia masikini au wametoka katika manyanyaso ya kijinsia huko nyuma na sasa wamefika mbali na tumekuwa tukiwatamani na kuwashangilia kama watu wa kuigwa na unatamani siku moja kuwa kama wao. Mfano mwanadada **"Oprah Winfrey"** ambaye alipitia mateso ya kutengana kwa wazazi wake baada tu ya yeye kuzaliwa,hiyo haitoshi akiwa na miaka kuanzia 9 alipitia mateso ya unyanyasaji wa kijinsia na kufikia zalishwa akiwa na umri mdogo bila kuwa tayari kuitwa mama,japo mwanae alikuja fariki .Sasa amekuwa ni mwanamke jasiri, mwanamke shupavu na milionea ambaye amekuwa akiwavutia wengi kuwa kama yeye kwa maisha yaliyonayo. Je angeweza jiambia kuwa hawezi fanikiwa kutokana na historia yake ya nyuma leo hii tungekuwa na **Opray Winfrey** tunayemtamani? Jibu ni hapana. Mwanadada**"Petrida E. Karch"** alipitia mateso ya wazazi kutengana,alisomeshwa na mama katika mazingira ya mzazi mmoja bila kuwa na msaada wowote toka kwa baba.

Pamoja na hayo alipitia mateso na manyanyaso ya ubaguzi katika ndoa yake ya kwanza hadi kusababisha kuomba taraka ili awe huru na maisha mapya. Leo hii ameolewa tena na amekuwa imara hadi kufikia kuwa mandishi wa vitabu vya lugha nchini Ujerumani vinavyouzika soko la nje na ndani,mwandishi wa vitabu vya kushauri na kutia moyo watu kuwa wanaweza fanikiwa na kufika mbali hata zaidi ya hapo walipo. Swali ni je ,angekuwa amekata tamaa na kujihukumu na historia yake ya nyuma kuwa ametoka familia ya kawaida, amelelewa na mzazi mmoja, ameteswa ndoa yake ya kwanza au ni mwafrika hawezi fanikiwa ughaibuni ,angeweza fanikiwa na kuwa hapo alipo?.

Kamwe usiruhusu historia yako ikuhukumu, siku zinabadilika,miaka inabadilika hata wewe utabadilika na kuwa yule unayetaka kuwa,ila tu ukiamua hivyo.Kataa kujiambia maneno mabaya, maneno ya kujikatisha tamaa, maneno ya kukufanya uwe na hofu na woga ndani yako. Usiwe wanawake wanaojiambia kuwa siwezi fanikiwa na wala siwezi jiendeleza kimasomo au kiujuzi kwani elimu au ujuzi nitaoupata hautanisaidia nitaishia kuwa mama wa nyumbani,msafisha wazee n.k . Kataa hiyo hali kuanzia sasa,kila nafasi ya kazi unaweza kuwa iwapo utafiti vigezo, iwapo utajiendeleza na kufanya kama vile wanavyotaka. Kama unaona lugha ni muhimu nchi au sehemu

unayohishi,usiikimbia bali jifunze,tumia muda mwingi kujifunza,ongea,fanya mazoezi ya kuitumia ili uijue zaidi na ujione kama lugha yako ya kuzaliwa nayo. Tatizo kubwa la waafrika wengi wanataka wajifunze lugha sawa, ila hawataki itumia kwa mawasiliano ,wanataka ongea kiswahili muda wote,andika kiswahili muda wote.

Swali je, utajuaje lugha iwapo unaikimbia,iogopa au huifanyii mazoezi?. Ndiyo maana inakuwa ngumu hata kupata kazi nzuri kwani hawawezi mwajili mtu ambaye hawezi andika au ongea lugha wanayoitaka vizuri. Utawezaje wasiliana na wateja, utawezaje tatua matatizo yanayotokea kazini kama lugha hujui?. Usiwe mtu wa kujikatisha tamaa na kujiambia kuwa **"lugha hii ngumu siiwezi"**

Hakuna kitu kigumu duniani iwapo utaweka nia juu yake.

Jinsi ya kumshinda adui huyu.

Jiambia maneno mazuri kuanzia sasa, jiambie kila unapoamka asubuhi kuwa wewe ni mtu bora, wewe ni mwanamke shupavu, wewe ni mwanamke mwenye uthubutu,wewe ni mwanamke utakayefanikiwa na kufika mbali zaidi.Jiambia kuwa unaweza kama wengine walioweza na zaidi kuwa wewe ni mtu mkubwa sana huko mbeleni na fanyia kazi hilo **“positive talk“.**Kwa kufanya hivyo utajikuta unapata nguvu na kujiamini zaidi kuwa hata wewe unaweza na utafanikiwa. Kataa kujiambia maneno mabaya ya kukukatisha tamaa,kataa historia yako au jamii unayoishi ikuhukumu au ujihukumu bado unayo nafasi ya kufanikiwa na kufika mbali zaidi.

ZOEZI LA KUFANYA

1. Je, ungependa kuanzia sasa kila unapoanza siku yako asubuhi ujiambie maneno gani matatu ya kukujenga?

(a)…………………

(b)……………….....

(c)……………………

2. Je, maneno yapi mabaya au yakukukatisha moyo ulikuwa ukijiambia kila mara na unataka kuanzia leo yawe mwisho kujiambia?

(a)…………………

(b)………………

(c) ………………..

HITIMISHO

Hongera sana kwa kuchagua mafanikio na kuwa tayari kuyatafuta kuanzia sasa.Hongera pia kwa kuweza wajua maadui hawa 10 wa mafanikio ya mwanamke na jinsi ya kuwadhibiti a ili uweze fanikiwa zaidi na kwa muda mfupi. Jitahidi sana kuwafanyia kazi na kuwashinda na zaidi ya yote jiamini kuwa wewe ni mwanamke shupavu, mwanamke jasiri na mwanamke wa shoga mwenye kuigwa na jamii. Tambua kuwa hata wewe unaweza na unayo nafasi ya kufanikiwa kama wengine waliofanikiwa kabla. Nakutakiwa mafanikio mema .

Kila la Heri,

Petrida E. Karch

Vitabu vyangu vingine

Kinapatikana Amazon pia kwa watu waishio nje ya nchi (Ughaibuni).

Vitabu vya Lugha

Kwa Mawasiliano zaidi

Email: petridakarch@gmail.com

Whatsap: +491758114293

Instagram: petridakarch

Facebook: mwanamkenamafanikio.com

Twitter: Kpetrida

Website:
www.mwanamkenamafanikio.com

: www.africatourism.de